# பைத்தியம் பிடித்த நாய்

கணேசகுமாரன்

வேரல்
புக்ஸ்

வேரல் புக்ஸ் வெளியீட்டு எண்: 112

பைத்தியம் பிடித்த நாய் * கணேசகுமாரன்© * கவிதைகள் *
முதல் பதிப்பு: டிசம்பர் 2023 * பக்கங்கள்: 64 *
வேரல் புக்ஸ் * 6, இரண்டாவது தளம், காவேரி தெரு, சாலிகிராமம், சென்னை - 600093 *
மின்னஞ்சல்: veralbooks2021@gmail.com * தொலைபேசி: 9578764322 *
அட்டை வடிவமைப்பு: லார்க் பாஸ்கரன் * லேஅவுட்: சந்தோஷ் கொளஞ்சி

Paithiyam Piditha Nay * Ganesakumaran© * Poems *
First Edition: December 2023 * Pages: 64 *
Veral Books * No: 6, 2nd Floor, Kaveri Street, Saligramam, Chennai - 600093 *
Email ID: veralbooks2021@gmail.com * Phone: 9578764322 *
Wrapper Designed by: Lark Bhaskaran * Layout Designed by: Santhosh kolanji

# Rs. 120
ISBN: 978-81-968467-5-6

பெரிய ஞாபகத்துக்குள் சிக்கிக்கொள்கிறவன்
வேண்டுவதெல்லாம் சிறிய மறதி.

## தரிசனத்துக்கு முன்...

நரம்பில் ஊடுருவி அலையும் ஊசிப் பயணத்தின் போதெல்லாம் மூளையின் மடிப்பில் கிச்சுகிச்சு மூட்டும் உன் புன்னகை. மூளை சிரிக்கிறது. புறங்கைப் பற்றும் உள்ளங்கை மெதுமெதுப்பில் தினம் தினம் செத்து மீளும் பித்தனின் see more. வலி விடுப்பதும் விடுவிப்பதும் ஒன்றாய் ஆகும் கணத்தில் மூளை மளுக்கென்று முறிந்து போகலாம். உள்ளே முறிந்தது முறிந்ததுதான். உலகில் நோய்மை தீர விரும்பாத ஒன்று பிறழ்வு மனம்தான். மீள விரும்பாத அழுக்குப் பள்ளத்தாக்கின் ருசி கண்ட ஹைபோதாலமஸ் சாவை மட்டுமே அனுபவிக்கிறது. அப்படியே செத்துப்போகிறது.

ஒரு மலரைப் போல் யாராலும் விழிக்க முடியவில்லை. ஒரு குழந்தையைப் போல் அவனால் உறங்க முடியவில்லை. அவன் தொலைத்த உலகம் என்றில்லை. திரும்பிப் போக முடியாத உலகம் மட்டும் இருந்தது. எப்படியோ முடியுமென்றால் இப்படி முடிகிறது இந்த வாழ்வு. எழுதப்படாத எழுத விரும்பாத டைரிக்குறிப்புகளில் இப்படியும் இருக்கலாமல்லவா. வண்ணங்கள் குறித்த ஏக்கம், ருசி குறித்த மயக்கம், பசி அறியும் வருத்தம் ஏதுமின்றி விளிம்பில் நின்று மையத்தை அச்சுறுத்தி வீழ்கிறது ஒருநாள். எத்தனை துரோகத்தை எத்தனை காதலை எத்தனை உள்ளங்கை சூட்டை ஞாபகம் வைத்துக்கொள்ளும் இந்த பலவீனமான மிகவும் ஒல்லியான கிறுக்கு. மீட்பரின் கரங்களை நக்கும் ஆட்டுக்குட்டியின் ஈர நாக்கினை ஒத்திருந்த ஒரு காதல் தேவாலய வாசலில் அழுக்காய் கையேந்திக் கொண்டிருக்கும் அவலம் பார்த்தோம் ஒருமுறை.

ஒரு நிற துணியில் தேசம் மூட நினைக்கும் கொரோனா கால தட்டேந்திய கூட்டத்துக்கு பச்சை நிறமே பல காலம் ஆண்ட வரலாறு தெரியப் போவதில்லை. பைத்திய ருசியில் முக்கியச் சுவை எதையும் ஞாபகம் வைத்து அவதிப்படும் நரம்புகள் இல்லாததே. ஆனால் எதையும் மறக்க விரும்பாமல்தானே பித்துக்குளியாகிறது. எல்லாம் மறந்துவிட்ட ஞாபகம் மட்டும்

வெறித்த கண்களில் உறையவிட்டு மதுக்கூடத்தைக் கடக்கும் சிதைந்த மனத்தின் அடர்ந்த ரோமங்களில் என்றோ அருந்தி வழிந்து உறைந்து காய்ந்த சாராயத்துளியும் சாக்கணாங்கடை குடல் தொக்கு நெடியும்.

இன்னும் இன்னும் காயா ரத்தமும் படர்ந்த அழுக்கும் காய்ந்த சுக்கிலமும் வரைபடமாய் கண்ணில் நின்று கனவில் எழும்புகிறது. இப்படியாக எல்லாம் எழுதிவிட முடியும் என நம்புகிறது ஒரு பித்து நிலை. கவி மனம் ஒரு பித்துப் புள்ளியில் இருந்து இயங்குகிறது என்பதை நம்புகிறேன்.

கணேசகுமாரன்<br>13-11-2023

ஜாக்கிரதை – இங்கு எல்லாம் பைத்தியம்

பாண்டிச்சேரி புஸ்ஸி ஸ்ட்ரீட் சாலையில்
கொழுப்பு படிந்த மூளைச் சுவர்களின்
சாம்பல் தோற்றங்கள் கையில் தாங்கி
ஒருவன் நடந்ததைப் பார்த்தீர்கள்
அவன் பிறந்ததிலிருந்து
நாற்பது வயதுக்குள்
எம்ஜிஆர் இறந்துபோகிறார்
இந்திராகாந்தி இறந்துபோகிறார்
கருணாநிதி இறந்துபோகிறார்
ஜெயலலிதா இறந்துபோகிறார்
செய்வதறியாது திகைக்கும் துரோகத்தின் முன்
எல்லாம் பிறக்கிறது
எல்லாம் இறக்கிறது
அவர் பிறக்கிறார்
அவர்களும் இவர்களும் பிறக்கிறார்கள்
பிரபாகரனும் இறக்கிறார்
பிரபாகரன் பிறக்கிறார்
தலைவர்கள் பிறக்கிறார்கள்
ஊழல்வாதிகள் சிறை செல்கிறார்கள்
மொள்ளமாரிகள் வாழ்ந்து சாகிறார்கள்
இயல்பான அவனின் புன்னகையில்
கோடு விழாமலிருந்தால்
மீன் நீர் சேராது
இலை கிளை சேராது
அவன் கோட்டில் சிரித்து பைத்தியமாகிறான்

—தன் எதிரில் வரும்—
சக மனநலம் பாதித்தவனை
நேருக்கு நேர் கண்ணுறும்
இவனின் புன்னகையை
எதிர்கொண்ட எதிரில் வருபவனின் கண்கள்
உமிழும் சிரிப்பில்
சின்னதாய் பூமி நடுங்குகிறது
செங்கல்பட்டு மாரிமுத்து வீட்டில்
அன்று காலை 2.9 ரிக்டர் அளவில்
நிலநடுக்கம் பதிவானது

—இவ்வுலகின்—
போட்டிப் பைத்தியம்
ஒன்றுக்கும் மேற்பட்ட குழந்தைப் பிரேதங்கள்
தூக்கிச் சுமக்கிறான்
பொன்னிற முடிகள் விரிந்த
விழிகள் உருட்டிச் சிரிக்கும்
குழந்தையின் கழுத்தினை
உன்மத்த நிலா நிசியில்
சிதை மணம் அருந்தியபடி
துருப்பிடித்த கத்தியினால்
கீறிக்கொண்டிருக்கும்
அவன் முதுகு சுமக்கும் மூட்டையில்
ஒருநாள் சேகரமாகும்
உங்கள் குழந்தையின் கையிலிருக்கும்
அவனின் சாவி அணிந்த குழந்தைகள்

—அரசுப்பள்ளி வாசலில்—
இலந்தைப்பழம் விற்கும் ஆயாவின் வீட்டில்
சேகர் என்றொரு மகனுண்டு
22 வயதில் பைத்தியமானவன்
இலந்தைச் சுவை அறியாது
செத்துப்போன நாக்கினை
பள்ளி மறு திறப்பு அன்று கண்டறிந்தான்
சுருக்குக்கயிறு அறுந்து
நிலத்தில் மண்டை மோதியபோது
முப்பத்திரண்டு பற்கள் காட்டி சிரித்து சிரித்து
லூசானான் சேகர்
லூசு சேகர்

—பாம்புகளும் புன்னகையும் கடவுளும்—
காணாமல் போன பெருநகரமொன்றில்
இருந்து சம்பாதித்து தின்று சாகும்
உங்களின் கொடுங்கனவொன்றிலிருந்து
துரத்தப்பட்ட
பச்சைப் பற்கள் கொண்ட பிசாசொன்று
இரத்தம் துடைத்தபடி காத்திருக்கும்
இன்னொரு கனவுக்காக
அந்தக் கனவில் பெய்கிறது
47 வருடங்களுக்கு அப்பாலான பெருமழை
பல தற்கொலைகளுக்குப் பிறகான
அமைதி ஒன்று
எவருமறியாமல் பெருகிய சாக்கடையில்
சமாதியாவதை
பதறப் பதற பார்த்துக்கொண்டிருக்கிறது
பைத்தியத்தின் கண்ணீர்
இந்த இடத்தில் இடறும் பிறழ்வின் லாகிரி
மீண்டும் வாசிக்க வைக்கிறது உங்களை

—எப்டாயின் மாத்திரை வாங்கச் சென்ற—
மருந்துக்கடை வாசலில்
இந்தத் தொகுப்பின் தலைப்பு கிடைத்தது
வாயோரம் நுரை தள்ளி
கிர்ர்ர்ர் கிர்ர்ர்ர்ர்ர் என்று இழுத்துக்கொண்டிருந்த
நாயிக்கு சத்தியமாய்
பைத்தியம் பிடித்திருந்தது

—நாகப்பட்டினம் காரைக்கால் பாண்டிச்சேரி—
சென்னைப் பைத்தியங்கள்
ஒருநாள் இரவு ஒன்று கூடினார்கள்
கோணங்கியின் தலைமையில்
ஆன் செக்ஸ்டனின் கையில்
மதுக்கோப்பையைத் திணித்தவர்கள்
பச்சை நிற சீருடை அணிந்திருந்தார்கள்
பிறழ்ந்த இரவின்
பதறும் காற்றில் வாசிக்கப்படுகிறது
பைத்திய முலை விரும்பாமல் இறந்த
ஆன் செக்ஸ்டனின் மகள் போன்ற கவிதை

—தற்கொலையின் முதல் எழுத்துக்கு—
ஒவ்வொருவருக்கும் ஒவ்வொரு காரணம்
சிலருக்கு நெஞ்சு எரிச்சல்
சிலருக்கு அனப்ளாஸ்டிக் மெனிஞ்சியோமா
சிலருக்கு போய் முடி வெட்டிட்டு வாடா
அவனுக்கும் ஒன்றுண்டு
சகல குளிகைகளும் தோற்றுத் தலைகுனிந்தபின்
பீ வாசம் பழகிய சுவாசம்
தண்டவாள வாசனை அணிந்துகொண்டது

—வெயில் நாளில் பிறழாத அபூர்வ மனத்தில்
ஒன்று—
மழை நீரில் மிதந்த கர்ப்பிணி பல்லிக்கு
மளுக்கென உடைந்து கலங்கியதைப் பார்த்தவனும்
கலங்கினான்
நலம் தற்கொலை செய்துகொண்டது
கிறுக்குக் கடவுள் ஒன்று பிறந்து
தொலைத்திருக்கலாம்

—மூளையின் எரிச்சல் தாளாமல்—
நினைவடுக்கில் கீறுபவனுக்கு
வாழ்வது மறந்து போகிறது
தொண்டை எலும்பில் உறையும்
நீல நஞ்சின் முதல் முத்தம் மட்டும்
ஞாபகப் பிழையில் படிய
ஏரோப்ளேன் மோடில் விண்ணுலகம் எய்துகிறான்
பின்பு சுவிட்ச் ஆப் ஆகிறதொரு உலகம்
நிறுத்த யாருமற்ற அறையில்
சுற்றிக்கொண்டிருக்கும் மின்விசிறியை
கவனித்தபடி இருக்கிறது பூனையின்
எலும்புக்கூட்டின் மீது படர்ந்த சிலந்திவலை

—வெள்ளிக்கிழமை வீட்டு விலக்கானவளின்
விரலில்—
எரிய மறுக்கிறது
சாமி மாடத்து துயரம்
காலண்டர் பார்த்து
கணக்கு போடுபவளின்
கர்ப்பப்பைக்குள்
புரண்டு படுக்கிறது பைத்தியம்
மனச்சூழ் முற்றி
விரி தொடை பிளந்து
ஜனித்த சிசுவின்
தொப்புள்கொடி பிசுபிசுப்பில்
சர்ப்பத்தின் நல்மணம்
பிறழ்வு நா சப்புக்கொட்டுகிறது

—வீதிகள் பித்துப் பிடிக்கும்—
பைத்தியமொன்றின்
முடிக்கப்படாத ஓவியத்தினை
நிறைவு செய்கிறான்
நள்ளிரவுக் கனவில் ஒருவன்
நவீன விரல் நடனங்களை
தன்னுள் கொண்டிருக்கும்
பைத்தியப்பையினுள்
பெருகும் சாக்பீஸ் துண்டுகளில்
அவன் பங்கும் கூடுகிறது
இருகோடுகளில் சிலுவையேறும்
இயேசுவின் விழியிலிருந்து
பெருகும் கறுப்புக்குருதி
தார் சாலையெங்கும் பரவ
வானேற வழி செய்கிறான்
கரித்துண்டின் மிச்சத்தில்
சிறுகுடலென சுருண்டிருக்கும்
பைத்தியம் மீது
பசி வரைந்த ஓவியத்தினை
முடிக்க முடியாமல் திணறும்
பசி முற்றிப் பைத்தியமான இவனும்
அறைக்குள்ளே ஒடுங்க
கரித்துண்டுகள் பெருகி
முடிக்கப்படாத ஓவியங்கள்
முடிவற்ற ஓவியங்களாகி
நகர்மீது படியத்துவங்கும்
கனவில்லையென்று விடியும் இரவுகளில்

—சிவப்பு இரவுகளைக்—
கண்களில் பொருத்தி திரியும்
அவளுக்கு அம்சவேணியெனப் பெயர்
உறுத்தும் உடைகள் உதிர்த்து
பொருந்தா சொற்கள் துரத்தி
உடைக்கும் மூளைச் சுவரினை
குப்பைத்தொட்டியின் அடியாழத்து எச்சில் இலை
நக்கி தின்றடங்கும் பசி
சுடுகாடு கடக்கும் போதெல்லாம்
நுரையீரல் ஆழத்தில் அமர்கிறது
வெறிபிடித்த பிண வாசனை
வெயில் புணர்ந்து செரித்த தழும்புகளை
மழையாற்றும் அவ்வப்போது
உலகம் அழிவதற்கு முதல் நாள்
நைந்த அவளின் உடல் குழிகளில்
துள்ளி விளையாடும் எறும்புகள்

—பச்சைவிளக்குமுகப்பில்பொருத்தி—
அலையும் ஆன்லைன் பைத்தியம் ஒன்று
தன் புட்டத்துளையை புகைப்படம் எடுத்து
காற்றில் அனுப்பி சம்பாரிக்கிறது
சென்ட் யுவர் காக் எனத் தலைப்பிட்ட
கவிதையொன்று
பருத்த முலைகள் நடுவே செருகி
ரத்தம் பெருக்கி சாகிறது

—கடவுள்களைப் புணரும்—
சாத்தானின் துரத்தலிலிருந்து
தப்பிக்கும் வழியற்றவன்
தேர்ந்தெடுக்கும் சிலுவை
வரைந்து காட்ட எளிது
இரு சடலங்கள் போதும்
இல்லை குருதிமணம் வீசும்
இரு வாள்

—மது விடுதியின் வாசலில்—
போதையைப் புணர்ந்து வீழும்
ஒரு கோடை
சூரியனுக்கு பழிப்பு காட்டுகிறது
இரவுச் சமாதியில்
மெழுகின் மரணத்துக்கு
யாரோ பாடுகிறார்கள்
ராசாத்தி ஒன்ன காணாத நெஞ்சு

—உதிரம் உறைந்த யோனியை—
ஒரு கையால் தட்டித்தட்டி
நிலம் அதிர நடக்கும்
அவளின் புட்டத்தின் மீதிருக்கும்
சூட்டுத் தழும்பினை
சுரங்கப்பாதை இருளில் தடவிய
மதுப்பிரியருக்கு சில நாட்களில் பைத்தியம்

—பாம்புகளின் கனவில் வரும் அவனுக்கு—
சிவன் என்றும் பெயர்
தூரத்து மயானமொன்றில்
எரியும் சிதையிலிருந்து
தெறிக்கும் தீத்துளியில்
பற்றியெறியும் காட்டில்
இடை சுற்றி சர்ப்பம் இறுக்கி
வெறி தணிந்த சாம்பலில் அமர்ந்து
சுய இன்பம் நிகழ்த்துகிறான்

—வாழ்ந்தோய்ந்த வீட்டின்—
நடு ஒற்றைப்பனையை
தழுவும் சர்ப்பம் உரித்த சட்டையெங்கும்
மூதாதையர் வாழ்வு
திடுக்கிட்டு திடுக்கிட்டு விழிக்கிறான்
பைத்தியக்காரன்
உங்களைப் போலவே

—அமாவாசை பௌர்ணமிகளில்—
கரைதாண்டி எட்டிப்பார்த்துத் திரும்பும்
சர்ப்பங்களின் வாசனை அறியும்
துறைவன் துறைச்சி கண்களில்
பதுங்கிக் கிடக்கும்
நீல நிற பாம்புகள்
அலைகளின் பித்தினைக் கூட்டுவதைப்
பார்க்கிறான் பாடு முடிந்து திரும்பும் சகாயம்

—ஒருமுறை தன்னை பைத்தியமென—
அறிவிப்பவன் பலமுறை
தனியே ஒத்திகை பார்க்கிறான்
ஒத்திகையின்போது உங்கள் ஆறுதல்
அவனைக் கேலி செய்கிறது

—உதட்டில் உறைந்த மது ஈரம்—
காய்ந்துவிட்ட நாளில்
மூளையின் நரம்பில் பாசி படிகிறது
ஒரு கோப்பைத் தேநீர் பகிர
ஆளில்லாத மதியத்தில்
ஒருவன் தன்னை உதறுகிறான் தன்னிலிருந்து
கடல் தன் மீனைச் சமைப்பதைப்
பார்க்கிற ஊழி நாளில் பிறழ்கிறது வானம்
உன் செல்லக் கோபத்தில்
உள்ளங்கைக்குள் நசுங்கி பிறழ்ந்த முத்தம்தான்
நடுச்சாலையில் நிர்வாணமாக
ஓடிக்கொண்டிருக்கிறது
எப்போதும்
மிகத் தளர்வான ஆடைக்குள்தான் ஒளிந்திருக்கிறது
மிக இறுக்கமான மனம்
அறுவைசிகிச்சை ஆடைகள் எப்போதும் பெரியது

—எளிதில் பைத்தியப் பட்டம் பெற்றுவிட்ட
ஒருவனென்று—
யாருமில்லை இங்கே
அதற்கான முன் தயாரிப்பில்
அவன் உடை உதிர்த்திருப்பான்
ரத்தமாய் மலம் பிசைந்திருப்பான்
நாசியின் கீழான நெருப்பில்
காலம் எரித்திருப்பான்
அவமானத்துக்குள் தள்ளியிருப்பான் பெருமழை
ஒன்றை
வலிப்பு வந்த நாயின் கண்ணில்
கடவுளாகியிருப்பான்
மூத்திர வாடை தொட்டு இட்லி உண்டிருப்பான்
அன்றொரு நாள் அவன் முதுகில்
ஓர் அதிர்வு உணர்ந்தபோதே அணைத்திருந்தீர்கள்
என்றால்
இப்படி நடுநிசியில்
அநாதைப் பிள்ளையார் மடியில்
ஆய் இருந்து வைப்பானா என்ன

—ஒரு சிகரெட்டின் நீளம்—
பீடியின் அளவுக்குக் குறையும்போது
ஒருவன் மனம் இழக்கிறான்
மூளை முழுவதும்
பரவி வளரும் வெண்புகை
பின்னாளில் கொழுப்புக் கட்டியாகி
அன்றைய நாளின் சந்திராஷ்டமங்களை மறந்து
கடிகார முட்கள் நான்காக மாறி
வாசோக்ரெய்னுக்கு அடங்காத ஒற்றை நெற்றி
வலித்து
வலிப்பு வந்து வெட்டி வீழ்ந்து
எச்சில் பெருக்கி ஓரம் கசியவிட்டு
எம் ஆர் ஐ ரிசல்ட்டில் தீவிர நிலைக்குத் தள்ளி
அறுவைசிகிச்சையில் ரத்தம் அதிகம் வெளியேறி
ஐசி யூனிட் இரவில்
செத்துப்போகும் ஒரு பைத்தியன்
வாழ்ந்த கால எழுத்தாளன்

—குரைத்து குரைத்து ஓய்ந்த—
குடும்பநாய் ஒன்றுக்கு
ஐம்பது வயதுக்கு மேல் சித்தம் கலங்கியது
ஸ்டேடஸ் எதுவும் வைக்காமல்
எந்த மெசேஜுக்கும் பதில் சொல்லாமல்
டபுள் டிக் ஒருபோதும்
நீல நிறத்துக்கு மாறவே இல்லை
போக் பட்டியலில்
நண்பர்களும் எதிரிகளும் பெருகினார்கள்
பழைய பதிவுகளுக்கு கேர் சிம்பல் அழுத்தி
யாரோ நாயை உசுப்பிவிட்டார்கள்
நாயிக்குப் பிடித்த கண்ணீர் எமோஜி
கதறிக் கதறி அழுது கொண்டிருந்தது
நடிகர் திலகத்தின்
எனக்கிருப்பதெல்லாம் ஒரே ஆசைதான் ரீல்ஸை
யுவர் ஸ்டோரியில் வைத்த மறுநாள்
செத்துக்கிடந்த குடும்ப நாயின் புகைப்படம்
டெம்ப்ரவரி ப்ரொபைல் என
டைம்லைன் முழுக்க பெருகிக் கிடந்தது
அஞ்சலி.

பை
த்
தி
ய
ம்

பாதசாரிகள் நடமாட்டமில்லாத
நிசியில்
சாலை மரத்திலிருந்து
உதிரும் பூவில் அதிரும் பூமியை
அணைக்கிறானவன்
தன் புண்ணை நக்கி
காயம் ஆற்றும் பூனையின்
எச்சிலில் சுரக்கிறானவன்
வெட்டவெளி ஞமிலிப் புணர்ச்சியில்
இயக்கத்துக்கும் உலகுக்கும் நடுவில்
திரையாகிறானவன்
புறங்கை வென்ஃப்ளான்
அகற்றப்படாமல்
வேடிக்கை பார்க்கும் குழந்தையின்
கண்களில் வித்தைக்காரனாகிறானவன்

உன்மத்தப் பூக்களை சுவாசிக்கும்
பித்தில் புன்னகைக்கும்
எவருமற்ற வனாந்திரங்களில்
விரும்பித் திரியும்
களைத்து மல்லாந்து சிலுவையில்
முத்தத்தில் நனைக்கும் தனி மழையில்
தென்படும் ஒருவனின் சாயலில்
நாம்

கனவுகளில் வாழ்ந்து
கனவுகளால் சிதறிய
வெகுஜன பிரஜை ஒருவனின்
மூளை குறித்த இறுதியறிக்கையில்
உடைந்த பீடிகள்
சிதைந்த பூனைக்குட்டியின் எலும்புக்கூடு
உன்னதமும் யதார்த்தமும்
புணர்ந்த கவிதைகள் கொஞ்சம்
பூமியில் சிக்கிய கால்களும்
ஆகாயம் உரசிய கைகளும் பொருந்திய
விலங்கொன்றின் புகைப்படம்
பட்டாம்பூச்சியின் முதுகுகளும்
கோடரிக்காம்பைத் தொட்டு மிதக்கும்
சுக்கிலக் கடலின் வாசனையும்

நான்கு நாட்களாக கிழிபடாத
முருகன் படம் வரைந்த நாட்காட்டியில் தொடங்கி
அறைக்கதவின் உள் தாழ்ப்பாள் விரவி
நின்ற மின்விசிறியின்
உச்சி தொட்டு
இறுகித் தொங்கும்
நீலநிற நைலான் கயிற்றின் வழியே
கீழிறங்கிப் படரும்
தன் வாழ்வின் வாசலை
பின்னும் சிலந்தி
பிதுங்கிய அவனின் விழிகளின் மீது

நகரம் தின்ற சமுத்திரத்தின்
பிதற்றல் மொழியில்
கோடிக் குரல்வளைகள்
எச்சில் கடல்களை எழுப்பும்
ரகசிய மீனின் கனவுச் செதில்களில்
மிதக்கும் ஒரு நல் ஆவி
வெள்ளை நாரைகள்
சாம்பல் சிறகுகளில்
நீல ஆழி மேல்
அழுந்திப் பறக்கின்றன
கறுப்பு வெள்ளை கட்டைகளை
அரூப இசையில் அலைகிறது
மனிதன் வாழத் தகுதியில்லாத
பைத்தியத் தீவு

*(தனுஷ்கோடியே)*

வீடு துரத்திய ஒருவனின்
தேவைகள்
மெல்ல உதிர்கிறது
ரோகியின் விரல்களாய்
நிராகரிக்கப்பட்ட அவனின் மழை
சமுத்திரம் சேர்கிறது கதறியபடி
நிரந்தரப் பகல்களை கண்களில் சுமப்பவன்
கால்களில் இடறுகிறது எப்போதும் இரவு
பிணங்கள் வராத இடுகாட்டு மதிய ஊளை
தண்டவாளங்களின் நிசப்தம் மொழிபெயர்க்கிறான்
அமாவாசை நிசியில்
அசையும் தொண்டையிலிருந்து
வெளிவரும் குரலின் பெயர்
கடவுளை ஒத்ததாய் உள்ளது
அவன்தான் சூரியன் சாய்ந்த அந்தியில்
மனிதர்களின் சந்தை நடுவில்
பெரும் அலறலுடன் முழு நிர்வாணம் காட்டி
சொர்க்கமடைந்தான்

தனிமையின் பாடல் நிகழ்த்தும்
கூர் வன்மம் கேட்காதவாறு
அவனிடம் யாராவது ஏதாவது
பேசிக்கொண்டிருங்கள்
உங்கள் தொடுகையிலோ சொல்லிலோ
ஆறுதல் வெப்பம் இருந்தால்
சில்லிட்டு நடுங்கும்
அவனின் பிரேதத்தின் மீது பூசுங்கள்
லேசான அணைப்பில்
அலறும் அலைகள்
மடியட்டும் கரையில்
சீழ் கசியும் நிணத்தின் மீதான
ஈக்களை விரட்டாதீர்கள்
நிஜமான விசுவாசியின் ரீங்காரமது
எப்போதும் பார்க்க நேரக்கூடாது
ஒரு பைத்தியத்தின் கண்ணீரை

அரித்துவிட்ட மூளை எலும்புகளும்
பூஞ்சை படர்ந்த மெனிஞ்சீஸ் உறையுமாய்
திரியும் ஒருவனுக்கு
தேநீர் வாங்கித் தந்தீர்கள்
சூடும் இல்லை சுவையும் இல்லை
எச்சில் துப்பி முகத்தில் வீசினான்
அவனை அடிக்க கல்லெடுக்காத உங்களுக்கு
சொர்க்கத்தில் இடமுண்டு
பாவியே இந்த இயேசுவை மன்னியும்

நன்கு கனிந்து முற்றிப்போன
கிறுக்கியின் ஞாபகத்திலெல்லாம்
வறண்டு வெடிக்குமுன்பாக இருந்த
முலையின் மென்மையைச் சப்பிய
ரோஸ் நிற உதடுகளும்
பால் ஏப்பம் வெளிப்படுத்திய சின்னத் தொப்பையும்
இலவச கழிப்பிட வாசலில் அமர்ந்து
செங்கல்லின் தாகம் தீர்க்க
ரவிக்கையை விலக்குகிறாள்
உதடு குவிக்கும் செங்கல்
ரத்தம் காய்ந்த கறுப்பு காம்பினைச்
சப்பிக் குடிப்பதைப் பார்க்கும் அழகு
காண கண் கோடி வேண்டாம்

பைத்தியமென்பது வரம்
செவி கேளாத கூடுதல் தகுதி
புண்ணியப் பைத்தியம்

பெரிய ஞாபகம் வேண்டுவது
ஒரு சிறிய மறதி
மீண்டுவிடாத ஞாபக சிடுக்கு
நல்வரம்
நிரந்தர மறதியும் ஞாபகமும்
பைத்தியம்

அம்மண பைத்தியக்காரனின் சடலத்தினை
அப்புறப்படுத்தும் கரங்களில்
கொஞ்சம் கொஞ்சம் ஒட்டுகிறது பைத்தியம்
பிளாட்பார பைத்தியக்காரியின் தொடைவரை
ஏறியிருக்கும் பாவாடையை
கீழிறக்கி மூடிச்செல்லும் பைத்தியத்தை
கடவுளென்று சொல்லமாட்டார்கள்
பௌர்ணமிகளில் குறி விரைத்து
சிதறும் சுக்கில வரைபடத்தில்
கலங்கிய நினைவின்
கலங்கமில்லா மூளை ஓவியமொன்று
தற்கொலையிலிருந்து தப்பிக்கும்
அம்மண மனம் ஒன்று
பித்து விளிம்பினைத் தொட்டு
மீளும் பிழையை
சரி செய்ய வேண்டாம்

தனியே இருப்பது குறித்து
எந்த விசனமுமில்லை
கடலுக்கும் வானுக்கும்
பித்தனுக்கும்

துருப்பிடித்த மூளையுடன் அலையும்
வீதியெங்கும் சிதறிக்கிடக்கும்
குரல்களைக் கவனியாமல்
ஒற்றை அனுபவத்தில் அநாதையானவன்
நகரும் நகரில்
நிரந்தரமாய் இருள் நழுவுகிறது
ஆசிர்வதிக்கப்படாதவனின் கண்களின் மீது
சாம்பல் கரையான்கள் வளர்ந்து மூடுகின்றன
அறிந்தே கொலை செய்து
குற்றவாளியானவனின்
கையறு நிலையில் சிக்குகிறது நகரம்
மனம் கசங்கிய அவனால்

சில்வியா ப்ளாத்
கண்களின் பச்சையில்தான்
எத்தனை மாயச்சிதைவு
நிலவை கிழித்தெறிந்து
வலதுகையை வளைத்து
தன் கொண்டையில் அரளி சூடும்
சீருடை இல்லாத சில்வியா
கனவில் வருகிறாள்
கிழிந்த சேலையில்
சாயம்போன அரளிகள் சூடியவளோ
மேம்பால இருளில் பல் கடிக்கிறாள்
தொடை விரித்து நிலத்தில் விழும்
தூமைச் சொட்டினைக் கவனிப்பவன்
கவிதை போலொரு பைத்தியம் செய்கிறான்
அரளி பூக்கிறது

தற்கொலை வலிக்குப் பயந்த ஒருவனின்
உலகம் பித்தாகிறது
பித்து உலகில்
மணம் வீசும் ஆடைகள் அணிந்தவன்
அழுக்கு மனிதர்களை அருவருக்கிறான்
அவனின் நிர்வாண நகரில்
ஆடையணிந்தவர்கள்
அரைப் பைத்தியமாகிறார்கள்

புதிதாய் ஒரு பித்துக்குளி கிடைக்கும்வரை
அவன் சிலர் ஞாபகங்களில் இருப்பான்
அவ்வளவுதான்
அவனுக்கும்தான் வலிக்கிறது
பைத்தியம் போல் மௌனமாயிருக்கிறான்
அவ்வளவுதான்

இரண்டாம் ஆட்டம் சினிமா முடிந்து
வரும் வழியில்
தலைமைத் தபால் அலுவலக வாசலில்
நிர்வாணமாக சுருண்டு படுத்திருந்தவனை
கட்டபோட்ட சட்டையணிந்த ஒருவன்
வன்புணர்வு புரிந்தான்
பின்பொரு நாளில் கொட்டும் மழையில்
ஒரு நாயின் பின்புறத்தில்
தன் குறி நுழைத்தபோது
கட்டம்போட்ட சட்டையெங்கும்
விந்து வாசம்

அவ்வளவு எளிதில்
மன்னிக்கக்கூடிய ஒன்றை
ஒருமுறை மன்னித்திருந்தால்
இத்தனை சவுக்கடிகளை
எனக்கு நானே
கொடுத்துக் கொண்டிருக்க மாட்டேன்
என்ற மனுஷ்ய புத்திரன் கவிதையை
வாசிக்கும்போதெல்லாம்
சவுக்கினைத் தேடுகிறான்

பெரிய ஆரஞ்சுப் பழத்துக்குள்
சிறிய அதன் சுளையில்
உறங்கும் விதைகளாய்
இருக்கும் மனதின் அமைதி
வாய்த்தவனைத்தான் நேற்று நீங்கள்
அருவருப்பாய் காறி உமிழ்ந்து
ச்சீ அந்தாண்ட போ என்று விரட்டினீர்கள்
பேரளவு பதற்றத்துடன்

பகல் பொழுதுகளில்
நிலம் நோக்குபவன்
இரவுகளில் தலை நிமிர்கிறான்
வானம் பார்க்கிறான்
நிலா பார்க்கிறான்
நட்சத்திரம் பார்க்கிறான்
பிரபஞ்சம் தாண்டி
உற்று நோக்குபவனை
பிரபஞ்சமும் பார்த்துக்கொண்டிருக்கிறது
உங்களால்தான் அவனைப் பார்க்கவே
முடியவில்லை

பிழைகள் மட்டுமேயான வாழ்வில்
வாழ்வின் ஒரே சரியைச்
சந்திக்க வைக்கிறான்
உங்களுடையதும் ஒரே பிழைதான்
சரியைப் பிழையாக்கும் பிழை
பிழை சரியாகும் நாளில் உணரக்கூடும்
சரியெல்லாம் முன்னாள் பிழைதானென்று

நெஞ்சில் திறமையும்
வாக்கில் வலிமையும்
நல்ல நினைவும்
மெய்ப்பட்ட கனவும்
தரணியில் பெருமையும்
காரியத்தில் உறுதியும்
பெரிய கடவுள் காத்தும்
ஒருவன் பித்தனாகலாம்

எல்லா மொழியும் தொலைந்துபோய்
வயிற்றின்மீது கைவைத்து
கண்களில் பசியைக் காட்டுபவனிடம்
ஒரு தேநீர் வாங்கித் தரலாம்
உபரியாய் ஒரு புன்னகையுடன்
அருகிலமர்த்தி வேறென்ன வேண்டுமெனக்
கேட்கலாம்
அவனின் கண்களின் மலர்ச்சியை
உற்று கவனிக்கலாம்
காய்ந்து இறுகிய உதடுகள் பிரிந்து ஈரம் பரவுவதை
கவனித்து புன்னகையை சிரிப்பாக்கலாம்
கூடுதலாய் அவனின் வெட்கத்தை ரசிக்கலாம்
இதற்கெல்லாம் அவகாசமில்லாமல்தான்
பசியுடன் வாழ்பவனை
பைத்தியமாக்குகிறோம் நாம்

இந்த உலகில் பைத்தியமாவதற்கு
ஆயிரம் காரணங்கள் உள்ளன
உங்களுக்குப் பசிக்கவேண்டும்
பசியென்றால் உண்டதும் தீரும் பசியல்ல
ஜென்மம் மறக்கும் பசி
நீங்கள் உங்கள் தலையில்
மடேர் மடேரென அடித்துக்கொள்ள வேண்டும்
அய்யோ அம்மா பசிக்குதே அலறல்கள்
உள்ளுக்குள்ளே உறைந்து மடிய வேண்டும்
ஒரு வார்த்தை வெளியில் வரக்கூடாது
பசித்திணறலில்
எச்சில் ஒழுகக் கிடந்தால் கூடுதல் பலம்
கண்களை முழுவதுமாகத் திறக்க முடியாமல்
மூளையெங்கும் பசி ராட்சத ஆக்டோபஸ்
கால்களால்
மிதித்துக்கொண்டு பறக்கவேண்டும்
சட்டென்று தெருவில் இறங்கும் பசியுடன்
நீங்களும் ஓட வேண்டும்
கால்களில் காற்றால் ஆன சங்கிலி கட்டியிருத்தல்
நலம்
மெலிதாகவோ வேகமாகவோ மூச்சுத் திணறும்
சட்டை பட்டன்களை அறுத்து எறிய தயங்கக்கூடாது
உடலெங்கும் புண்களுடன்
தன் கடைசி நிழலில்
உயிர் சுருக்கும் நாயின் குரைப்பு உங்களைத் துரத்தும்
நிழல் விலக்கி வெயில் தேடியமர்ந்து
இந்த உலகின் இறுதியை ஒரு பார்வை பார்ப்பீர்கள்
உத்தமம்

இரவு
தனிமை
கண்ணீர்
ஞாபகம்
வலி
மாத்திரை
பசி
சிகரெட்
விழிப்பு
கனவு
மிஸ்டு கால்
டைரி
துரோகம்
ஆத்திரம்
அழுகை
மௌனம்
காத்திருப்பு
ஆறுதல்
தூக்கம்
பாடல்
தேடல்
உதறல்
புகை
தொலைக்காட்சி
மியூட்
சலனம்
வாழ்வு
மரணம்
தொடக்கமாய் சிதைவு

என் சடலத்தீ
உன் குளிர் போக்கும்
என் பிண வாசனை
உன் பசி நீக்கும்
என் சாம்பல் பூசி
சமுத்திரம் மூழ்கி எழுகையில்
சாபம் நீங்கும் என் சாவும் வாழ்வும்
எந்தவொரு பிணத்தின் நெற்றியில் பதிக்கும்
இறுதி முத்தம் நாம்

தேடிச் சோறு நிதம் தின்று
பல சின்னஞ் சிறு கதைகள் பேசி
மனம்வாடி துன்பம் மிக உழன்று
பிறர்வாட பல செயல்கள் செய்து
நரைகூடி கிழப் பருவம் எய்தி —
கொடும்கூற்றுக்கு இரையென மாயும்
எந்தக் கவலையும் இன்றி
எப்போதோ இறந்தவன்
சிறிதுகாலம்
பித்து மன நிலையில் இருந்து
பின் தொலைந்து போகிறான்

பசியால் கதறிய குழந்தையைத்
தண்டவாளத்தில் வைத்துவிட்டு
ரயில் கடந்தபின் சென்று பார்த்து
மனம் சிதைந்தவள் சாகும்வரை அழவில்லை
உலகின் சில அழுகைகள்
இப்படித்தான் தீர்க்கப்படுகின்றன
விரைவில் எல்லோர் அழுகையும் அப்படியே
தீர்க்கப்படலாம்
நம்பு

கணேசகுமாரன் – 1973

கவிதைத் தொகுப்புகள்

நீர்முனி, புகைப்படங்கள் நிரம்பிய அறை, சலூனில் காத்திருக்கிறான் சிந்துபாத், பீங்கான் புத்தன்

சிறுகதைத் தொகுப்புகள்

பெருந்திணைக்காரன், பைத்திய ருசி, மிஷன் காம்பவுண்ட், வில்லா 21, ரூமன், எறும்பு

குறுநாவல்கள்

மெனிஞ்சியோமா, எழுத்தாளன், சிலிங்

நாவல்

சொர்க்கபுரம், பித்து

விருதுகள்

விகடன் விருது 2014 – சிறந்த சிறுகதைத் தொகுப்பு பைத்திய ருசி
சுஜாதா விருது 2016 – சிறந்த சிறுகதைத் தொகுப்பு மிஷன் காம்பவுண்ட்
வாசகசாலை விருது 2017 – சிறந்த சிறுகதைத் தொகுப்பு வில்லா 21
திருப்பூர் படைப்பிலக்கிய விருது 2018 – சிறந்த சிறுகதைத் தொகுப்பு ரூமன்
சௌமா இலக்கிய விருது 2020 – சிறந்த சிறுகதைத் தொகுப்பு எறும்பு
ஸீரோ டிகிரி பப்ளிஷிங் – தமிழரசி அறக்கட்டளை விருது 2021 – சொர்க்கபுரம் நாவல்